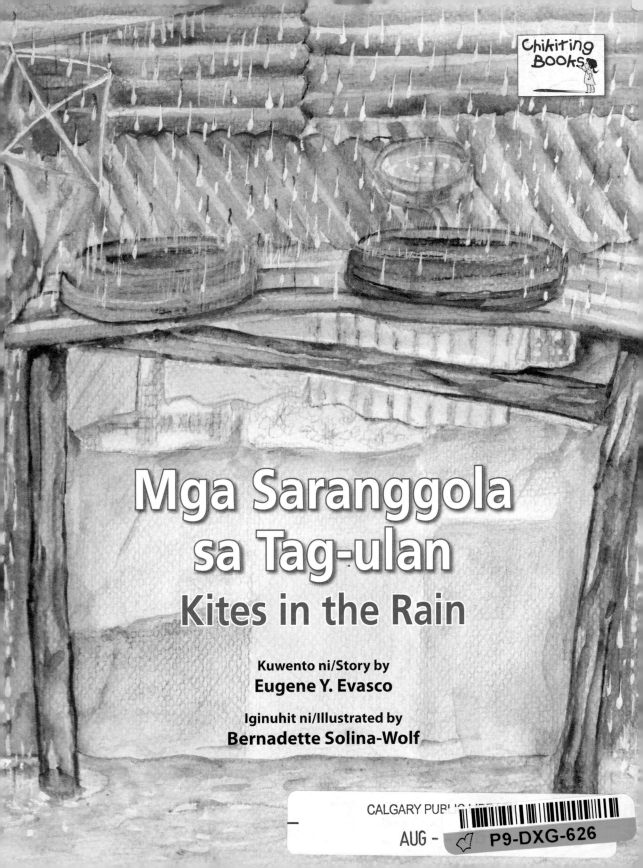

Mga Saranggola
sa Tag-ulan
Kites in the Rain

Kuwento ni/Story by
Eugene Y. Evasco

Iginuhit ni/Illustrated by
Bernadette Solina-Wolf

Nakatanaw si Miguel sa sumasayaw na mga halaman. Ilang oras nang bumubuhos ang ulan. Bumabaha na sa siyudad.

Miguel is staring at the dancing plants. It has been raining for hours. The city is flooded now.

"Itay, malakas ang hangin. Puwede po ba akong magpalipad ng saranggola?"

Nagulat ang ama sa narinig. "Walang nagpapalipad ng saranggola ngayon. Mababasa lang at masisira."

4

"Father, the wind is strong. May I fly a kite?"

Father was surprised at what he heard. "Nobody is flying a kite now. It will only get wet and destroyed."

5

"Gusto ko pong magpalipad ng saranggola, Inay."

"Bumabagyo yata, Anak. Ano bang pumasok sa isip mo?" saway ng ina.

6

"I want to fly a kite, Mother."

"It looks stormy, my child.
What has gotten into your head?"
mother restrained.

7

Muling sinilip ni Miguel ang mga dagim.* Para itong mga dambuhalang kabayong nakikipagkarera. "Malungkot ang kulay ng mga ulap," bulong niya sa sarili.

Dali-dali siyang kumuha ng papel. Gumuhit, nagkulay, at nagdisenyo siya ng sariling saranggola.

Miguel glanced at the rainclouds once more. They seem like giant horses racing against each other. "The clouds look dark and sad," he whispered to himself.

He quickly got some paper. He drew, colored, and designedhis own kite.

*dagim – ulap na maitim
    at nagdadala
    ng tubig-ulan

Kinabukasan, habang patuloy pa rin ang pag-
ulan, pinalipad ni Miguel ang likhang saranggola.
Agad itong hinatak ng hangin at pumailanglang
sa mga dambuhalang umaalong ulap.

The next day, while the rain kept falling, Miguel
flew the kite he created. The wind pulled it at once
and it soared in the giant wave-like clouds.

"May saranggola na ako!"

"Nasaan?" pagtataka ng mga kaibigan.

. . . .

"I now have a kite!"

"Where?" asked his friends in surprise.

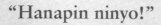

"Hanapin ninyo!"

Tumingala ang mga bata. May dumungaw na matulis na nguso sa mga ulap. May kung anong makulay ang humawi sa lumalaking ulap. Unti-unti, lumantad ang naiibang saranggola ni Miguel.

"Marunong ka palang magpalipad!" papuri ng isa.

"Alam ko," pagmamalaki ni Miguel. "Alam ko."

....

"Look for it!"

The children looked up. A pointed mouth peeped through the clouds. Something colorful was parting the expanding cloud. Little by little, the unusual kite of Miguel revealed itself.

"You do know how to fly a kite!" praised one.

"I know," prided Miguel. "I know."

Naghanap din ang mga bata ng materyales.
Lumikha sila ng sariling mga disenyo.

Pagkaraan, pinalipad nila ang kanilang mga
saranggola kahit malakas ang buhos ng ulan.
Iningatan nilang hindi umigtad ang mga ito.

The children also looked for materials.
They created their own designs.

Then, they flew their kites despite the
heavy rain. They were careful in flying their
kites so these would keep their place in the sky.

Nagtaka ang mga magulang. Ano ang ginagawa ng mga bata sa tabi ng bintana? May hinuhuli kaya sila? Ano ang kanilang sinusungkit?

....

The parents were puzzled. What are the children doing by the window? Are they trying to catch something? What do they seem to be getting from up there?

"May saranggola na kami!"

"We now have kites!"

19

"Nagustuhan ba ninyo ang saranggola ko?"

Nagtaka ang mga magulang ni Miguel. Anumang pilit, hindi nila makita ang pinalilipad ni Miguel.

"Did you like my kite?"

Miguel's parents wondered.
No matter how hard they tried, they could not see what Miguel was flying.

20

"May paborito akong saranggola dati," sabi ng ama. "Pinigtas nga lang ng kalabang saranggola. Hindi ko na alam kung saan na napunta."

"Sumabit sa kawad ng kuryente ang aking saranggola," sabi ng ina. "Bigla kasing tumamlay ang hangin. Nagkabutas-butas at kumupas."

"I used to have a favorite kite," said the father. "But it was ripped by a rival kite. I don't know where it has gone."

"My kite was caught in an electric cable," said the mother. "This was because the wind suddenly weakened. It got peppered with holes and its colors faded."

Walang tigil sa
pagpapalipad si Miguel
kahit sa oras ng pagkain,
kahit sa paligo. Maging
sa pagtulog, patuloy sa
paglipad ang saranggola.
Wari bang nakikipaglaro
ito sa buwan at mga bituin.

Miguel did not stop flying
his kite. He flewit during meal
time; he flew it during bath
time. And even during sleep,
he kept on flying his kite. As if
it was playing with the moon
and the stars.

Isang bata ang ginulat ng mga saranggola sa tag-ulan. Tila lumalangoy ang mga ito, lumulusong, at umaahon sa himpapawid.

Kumuha siya ng kakaibang materyales. At nag-umpisang lumikha ng sariling saranggola.

. . . .

Kites in the rain surprised a child. They seemed to be swimming, wading, and rising in the sky.

He got some materials. And he started creating his own kite.

Gumuhit Tayo!

Iguhit ang disenyo ng iyong saranggola.
Gawing malinis at maganda ang iyong guhit.

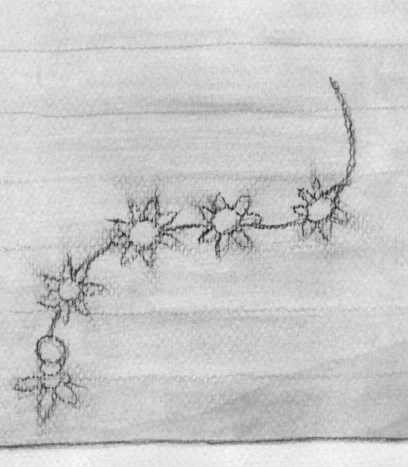